17. 8   1992

Devore 11

hises

yns Handon

DATE DUE

PRINTED IN U.S.A.

REYKJAVÍK

Styttu Ingólfs Arnarsonar landnámsmanns ber við himin.

The statue of Ingólfur Arnarson, the first settler of Iceland,
silhouetted against the sky.

ISBN 9979–816–00–7

RAGNAR AXELSSON

REYKJAVÍK

Formáli · Foreword
MATTHÍAS JOHANNESSEN

Um ljósmyndarann · About the photographer
EINAR FALUR INGÓLFSSON

BÓKAÚTGÁFAN HAGALL · REYKJAVÍK

Stuðlabergshöllin
við djúpin

Reykjavík varð stór uppúr síðari heimsstyrjöld. Framað því hafði hún verið einsog hverannar smápolli í sjávarplássi þarsem vinalegur miðbær var einskonar framhald af höfn fyrir okkur strákana og fiskibáta sem voru freisting okkar og einhver stærri skip sem fluttu draumana og ævintýrin yfir höfin. Þetta var vinalegt umhverfi þarna í kreppunni og engin ástæða til að kvarta þótt lífið væri til fárra fiska metið. Svo var umhverfið einsog litlir bæir áttu ekki að venjast og eftirminnilegt að skreppa í næsta nágrenni enda var það sú næring sem efni stóðu til einsog myndin af Elliðaánum í þessari bók ber órækt vitni.

Endaþótt Reykjavík væri lítil fyrir stríð hafði hún vaxið gjörsamlega uppúr þeim hálfdönskulega smábæ sem mótaði Jónas og samtíð hans að einhverju leyti enda var sú björg sem þilskip og litlir togarar fluttu í búið engu örlagaminni en þær nytjar sem nú tíðkast. Og Reykjavík kastaði af sér ellibelgnum. Óx inní nýjan veruleika einsog þær rómantísku stúlkur sem fundu sér eilífan samastað í viðkvæmum ástarljóðum Tómasar.

Og svo kom heimsstyrjöldin með útlönd heim til Íslands.

Þannig hefur tíminn farið langa leið frá Ingólfi Arnarsyni og Skúla fógeta til okkar daga en samt er einsog hann hafi staðið í stað; öld bregður við aðra; Tjörnin og Kvosin og Esjan á sama stað; vörðubrot á langri óvissri leið og vísa heim hvertsem litið er; eða við skulum aðminnstakosti vonast til þess, þótt nú sé reynt að vísa nýja vegi sem enginn veit hvert liggja, en fylgja væntanlega nýjum draumum inní ókunn ævintýri. Úr þessum hillingum rís þó mikil borg og öðrum ólík. Ég sé það nú að ég hef vísast haft hana í huga í fyrsta kvæðinu sem ég birti opinberlega 1953 þarsem ávörpuð er

       borg hinna stóru drauma,
       steinborgin mikla, stuðlabergshöllin við djúpin.

Þetta er að vísu

       draumaborg hinna köldu, járnbentu veggja

einsog við getum séð hvertsem litið er. En ungur taldi ég í þessu metnaðarfulla en ófullburða ljóði að slík borg gæti átt fegurðina og vorið að fylginaut.

Í lofti er angan og lækirnir renna til sjávar.

Það er angan í lofti þarsem stuðlabergshöllin rís við djúpin miklu og sundin blána af himni sem hverfur til hafs einsog vængur tímans leggi líknsaman dag að óvissri, vörðulausri framtíð. Þá mun hugurinn leika einsog bára við byrðing og farfuglarnir halda áfram að koma hvert vor sem guð gefur og efna til nýrra konserta fyrir okkur – og morgundaginn.

The Rock Dome by the Sea

Reykjavík grew up after the second world war. Until then it had been a small fishing town where a quiet centre was only an extension of the harbour for us boys who were fascinated by the fishing trawlers and some larger ships which brought our dreams and adventures across the seas. A friendly place in the depression and no reason to complain although life didn´t amount to much. The natural setting was also unusual for a small town and memorable outings helped nourish our needs for adventure as seen in the photograph of the Elliðaár river in this book.

Even though Reykjavík was a small town before the war it had completely grown out of the half-Danish village which helped rear the pioneers of the 19th century to some extent; indeed, the fish brought home by schooners and small trawlers mattered no less in the fate of people than it does today. Then, Reykjavík was reborn, and found a new reality, like the Romantic girls in the subtle love songs of Reykjavík's poet, Tómas Guðmundsson.

And then the World War brought the outside world to Iceland.

Thus, time has brought us a long way from Ingólfur Arnarson, the first settler in Reykjavík, and Skúli Magnússon, the 18th century pioneer of trade and industry; yet it has stood still; age and age alike; the Lake, the Old Town and Mount Esja are still there; landmarks on a long, uncertain journey and, wherever we may be, pointing towards home. At least let us hope so, although new uncharted paths are now shown, leading perhaps to new dreams, different adventures. Out of this mirage a great city emerges, unlike all others. I realize now that I probably had her in mind in my first published poem in 1953:

> the city of grand dreams,
> the magnificent city, the rock dome by the sea.

But it is also

> the dream-city of cold, concrete walls

as we can see everywhere. However, as a young poet I thought that in this ambitious but incomplete poem the city could have beauty and spring as companions.

The air is fragrant and the streams flow to the sea.

The air is indeed fragrant where the dome of rock rises by the great deep and the blue of the sea merges into the sky, into the future like the wings of time adding a merciful day to an uncertain, featureless future. Then the thoughts will play like a wave on a ship's bow and the birds will return again every spring that God grants and begin a new recital for us – and for tomorrow.

Matthías Johannessen, poet and editor
of the newspaper Morgunblaðið in Reykjavík.

Ragnar Axelsson
og Reykjavík

Á sjötta áratugnum skrifaði Steinn Steinarr eitt sinn að Reykjavík byggi yfir seiðmagni sem fáir standast. Ár hafa liðið, Reykjavík stækkað og fólkinu fjölgað, en þegar flett er gegnum þessa bók fer ekki á milli mála að seiðmagnið er enn fyrir hendi; fjölbreytilegar og listilegar ljósmyndirnar taka undir orð skáldsins.

Ljósmyndarinn Ragnar Axelsson (Rax), sem tekið hefur myndirnar, er löngu orðinn kunnur fyrir færni sína með myndavélina; allt virðist vekja honum mynd, hvort sem það er hreyfing bíls á götu, glettur í ljósi, börn að leik eða hestar í haga.

Ragnar Axelsson er fæddur 1958, en ferill hans er orðinn langur og í mörg ár hefur hann verið einna fremstur íslenskra ljósmyndara; ófáir hafa leitað að galdrinum í verkum hans og tekið þau sér til fyrirmyndar. Sextán ára gamall var Ragnar byrjaður að vinna fyrir Morgunblaðið, og síðan hefur hann lagt blaðinu til krafta sína. Einbeittur hefur hann gengið að hverju verkefni og notið þar myndrænna hæfileika sinna; hvort sem um er að ræða fréttamyndir af einstæðum eða ógnvekjandi atburðum í lífi þjóðarinnar, eða formmyndanir í ríki náttúrunnar. Alls staðar virðist Rax vera mættur með myndavélina, hann ann sér aldrei hvíldar, töfrar fram hið besta úr myndefninu; ætíð með það í huga að gera eins vel við lesendur blaðsins og mögulegt er.

Hróður Ragnars hefur borist víða síðustu misserin. Ljósmyndir hans af fréttatengdum atburðum, og ekki síður mannlífssögur í myndum, sem hann hefur unnið á Íslandi, Grænlandi, í Indónesíu og Færeyjum, hafa birst í mörgum helstu blöðum og tímaritum heims, til dæmis Life, Time, National Geographic, Stern og Le Figaro. Ragnar hefur einbeitt sér að svarthvítri ljósmyndun, sem hann segir henta vel til að draga fram sérkenni í aðstæðum einstaklinga, en hér er ánægjulegt að kynnast fyrir alvöru nýrri hlið á honum, færni hans í litljósmyndun. Traust tökin á henni sýna enn og aftur fjölhæfni hans. Lögmál ljósmynda í lit eru allt önnur en svarthvítra mynda. Litmyndir byggja á annan hátt á forminu, ljósið þarf að lesa á annan hátt og vitaskuld þarf að hafa næma skynjun fyrir samspili litar og myndbyggingar. Ragnari þótti við hæfi að mynda Reykjavík í lit, á fínkorna og litauðuga filmu, og ná þannig raunveruleikanum eins og hann er sannastur. Björt og litrík borgin býður upp á slíka túlkun.

Í þessari bók speglar Ragnar borgina sem hann hefur vaxið upp með og starfað í. Það er merkilegt hversu ferskri sýn hann hefur haldið, því yfirleitt verða ljósmyndarar ónæmir fyrir sínu nánasta umhverfi, þeir renna saman við það, en hjá Ragnari virðist því öfugt farið. Hann finnur ætíð nýja fleti á hverju máli, veitir smæstu atvikum athygli og skynjar hrein og fersk form í hinum hversdagslegustu hlutum. Myndirnar eru teknar á öllum tímum sólarhringsins, um alla borg, og sjónarhornið er bæði fuglsins í loftinu og mannsins á jörðu niðri. Og með því að blanda saman raunsæi og frjálslegum leik ljósmyndarans, gefur bókin sannferðuga mynd af borginni.

Ragnar er lítið fyrir að vera í sviðsljósinu; hann telur það frekar hlutverk sitt að varpa ljósi á menn og málefni en baða sig sjálfur í geislunum. Ljósmyndun á hug hans allan og að hverju verkefni gengur hann með það í huga að taka sína bestu ljósmynd. Þetta er fyrsta bókin með ljósmyndum Ragnars og þótt undarlegt megi virðast, þá hefur hann enn ekki haldið raunverulega einkasýningu. Íslendingar fylgjast þó með verkum hans; það mátti sjá í forsal Kjarvalsstaða haustið 1989. Einn sunnudag sýndi hann þar myndir sínar úr fjallaferð á Landmannaafrétt og töldu menn að um 5000 gestir hefðu komið þennan eina dag að sjá myndirnar!

Enn sjá menn á Íslandi ástæðu til þess að deila um hvort ljósmyndun sé listgrein þegar best lætur, en það ætti ekki að dyljast neinum sem skoðar ljósmyndir Ragnars Axelssonar að hann er í framvarðasveit íslenskra listamanna, og á síðum þessarar bókar sýnir hann okkur með sínum einstæða hætti að, rétt eins og Steinn Steinarr sagði, þá er Reykjavík dásamleg borg!

Einar Falur Ingólfsson

Ragnar Axelsson
and Reykjavík

Forty years ago the Icelandic poet Steinn Steinarr said that Reykjavík had some magic attraction which few could resist. Time has passed. Reykjavík and its population have expanded and grown, yet the pages of this book prove that the attraction is still there; the magic can be seen in a variety of excellent photographs.

The photographer, Ragnar Axelsson (Rax), is well known in Iceland for his photographic skills. Anything will motivate a picture - the motion of a car, the sparkle of light, children at play or horses in a field.

Ragnar Axelsson, born in 1958, has already had a long and successful career. For many years he has been one of Iceland's foremost photographers. Many have been attracted by the magic of his photographs and made them a reference for their own work. At the age of sixteen, then still at school, Ragnar joined Iceland´s largest newspaper, Morgunblaðið, where he has worked since. His photographic output has been extremely varied, from important historical moments to nature's grand forms. Rax is always there, ready with his camera, restlessly searching for the best views of the subject at hand.

In the past few years, Ragnar´s fame has carried far and wide. Press photographs and photographic essays from Iceland, Greenland, Indonesia and the Faroe Islands have appeared in magazines and newspapers such as Life, Time, National Geographic and Le Figaro. Ragnar has chiefly worked in black and white photography, which he says is well suited to portraying people´s characteristics, but this book reveals a new side to his skills - colour. Yet again he excels with his firm grasp of both fundamentals and advanced techniques. The principles of colour photography are different from black and white; form plays a different role, light must be perceived differently and it goes without saying that a keen sense of the interplay between colour and structure is called for. Ragnar felt that Reykjavík should be photographed in colour, using a rich, fine-grained film, capturing reality as near to true as possible. The bright, multi-coloured city is ripe for such an interpretation.

In this book, Ragnar is on home ground; this is where he grew up and works. One notes the freshness of his approach for often photographers become immune to their immediate surroundings, they merge with them, as it were. With Ragnar, it is the opposite. He constantly sees new aspects to everyday things. The photographs are taken at all hours of day and night, all over the city, with the perception of a bird on the wing or the human eye on the ground. Blending realism and the photographer's playful nature, the book offers an honest and outspoken view of the city.

Ragnar is not the type to bask in the limelight; he feels that his job is to project images of people and events, not to impose himself. He is totally committed to photography and he approaches each subject determined to give it his best shot. This is the first book to feature photographs by Ragnar and strangely enough, he has not yet held his first real exhibition. Still, his popularity is such that in 1989, when he showed a series of photograps of a sheep roundup in the interior of Iceland in the Kjarvalsstaðir Municipal Gallery, over 5000 people turned up in one day!

In Iceland, some people still argue whether photography is an art, but this is not in doubt in the case of Ragnar Axelsson's photographs. He is among Iceland´s outstanding artists and in this book he demonstrates in his unique way that Reykjavík is indeed a wonderful city!

Einar Falur Ingólfsson,
photographer and journalist.

Komið að Reykjavík
af hafi.

*Approaching Reykjavík
from the sea.*

Mannlíf í miðborg Reykjavíkur á þjóðhátíðardaginn, 17. júní. T.v. er Stjórnarráðið, skrifstofa forseta Íslands og forsætisráðherra. T.h. er Menntaskólinn í Reykjavík og milli þeirra Bernhöftstorfan, elsta húsaröð borgarinnar.

17. June, Iceland's Independence Day; celebrations in the city centre. Left, the office of the President and Prime Minister of Iceland; right, the Reykjavík Junior College and between them Bernhöftstorfan, the oldest row of houses in the city.

Útskrift nýstúdenta og Fjallkonan
minnist ættjarðarinnar á 17. júní.

*Graduation Day and the Lady of the
Mountains, the symbol of the union
of country and people, appears on
17. June.*

Á Þingvöllum segir þjóðgarðsvörður skólabörnum frá stofnun Alþingis árið 930.

The Warden of the National Park of Thingvellir tells the story of the establishment of Althing there in 930.

Alþingi var endurreist í Reykjavík 1845. Alþingishúsið var reist 1881 og við hlið þess er Dómkirkjan. Á Austurvelli stendur þjóðfrelsishetjan Jón Sigurðsson (1811-1879) á stalli sínum.

The parliament, Althing, was re-established in Reykjavík in 1845. The Parliament Building and Reykjavík Cathedral. On Austurvöllur Square, the statue of the leader of the 19th century Icelandic independence movement, Jón Sigurðsson (1811-1879).

Miðbærinn með Austurvöll fyrir miðju.

The city centre and Austurvöllur Square.

Á veitingastað í Bernhöftstorfunni.

A restaurant in Bernhöftstorfan, a reconstructed row of houses in the city centre.

Kveikt á kerti í sunnudagaskóla Dómkirkjunnar.

The Cathedral Sunday school; lighting a candle.

List og iðandi mannlíf í miðborginni.
Life and art in the city centre.

Skúli Magnússon landfógeti
(1711-1794).

*Pioneer of Icelandic trade and
industry, Skúli Magnússon
(1711-1794).*

Ein af mörgum verslunum við Laugaveginn.

One of the shops on Laugavegur, the main shopping area.

Haustkvöld í
Þingholtunum.

*Autumn evening in
Þingholtin, a part
old town.*

Leifur Eiríksson fæddist á Íslandi og sigldi til Ameríku um árið 1000. Bandaríkjamenn gáfu íslensku þjóðinni styttu af landkönnuðinum í tilefni af Alþingishátíðinni 1930.

Leif Ericsson was born in Iceland and sailed to America around the year 1000 A.D. The United States presented the statue of the explorer to the Icelandic people on the 1000th anniversary of the parliament, Althing, in 1930.

Séð yfir Þingholtin.

A view of Þingholtin.

Hverfishátíð í Þingholtunum.

A local 'fiesta' in Þingholtin, near the city centre.

Borgin séð úr barnavagni.
A view from a pram.

Áð undir veggmynd.
Pausing by a wall decoration.

Miðborgin: hraði.
The city centre: speed.

Parísartískan í Reykjavík.
Paris high fashion in Reykjavík.

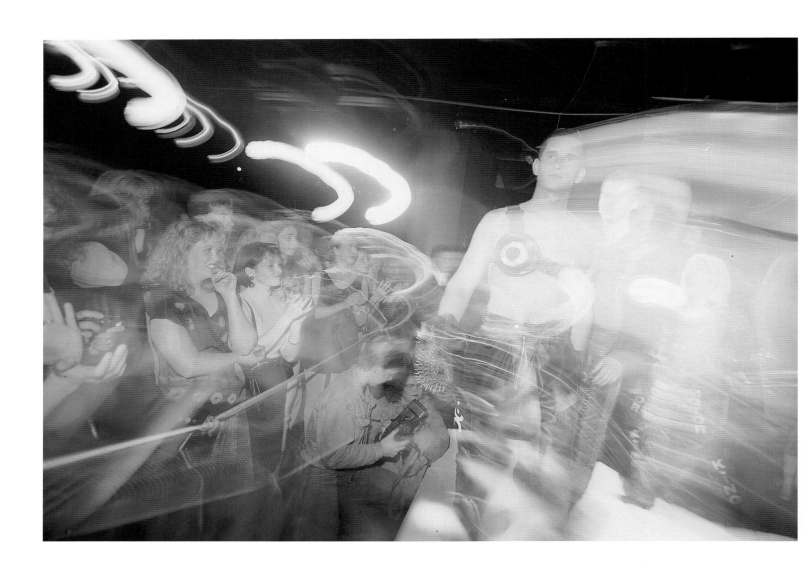

Tónleikar, dans og hiti.
Rock concert, dance and heat.

Hið árlega Reykjavíkurmaraþon nýtur mikilla vinsælda. Kostur gefst á að hlaupa fullt maraþon og styttri vegalengdir.
The annual Reykjavík Marathon is very popular. Runners have a choice of the full marathon or shorter distances.

Fólk á flestum aldri tekur
þátt í Reykjavíkurmaraþoni.

*People of all ages run together
in the Reykjavík Marathon.*

Fjölþjóðlegt skákmót í
Reykjavík. Jan Timman og
Anatolí Karpov að tafli.

*An international chess
tournament in Reykjavík. Jan
Timman and Anatoly Karpov
at play.*

Töfraflautan eftir Wolfgang Amadeus Mozart í Íslensku óperunni, en hún tók til starfa 1979.
Mozart's Magic Flute in the Icelandic Opera, opened in 1979.

Hlynur, eitt elsta tré Reykjavíkur á horni Vonarstrætis og Suðurgötu, fellir laufin í sterkri birtu haustsins.
This maple, one of Reykjavík's oldest trees, sheds its leaves in the harsh light of autumn.

Skammdegisrökkrið er aldrei eins þétt og 21. desember, þegar sólar nýtur aðeins í rúmar fjórar klukkustundir.

The dusk of the day is never as gloomy as on 21. December, when the sun appears for only four hours.

Jólatrésskemmtun á Austurvelli. Tréð sem Oslóborg gefur lýsir upp skammdegið.

A Christmas entertainment on Austurvöllur Square. The Christmas tree, a gift from the City of Oslo, brightens the dark season.

Nýju ári fagnað með flugeldum.

A national fireworks display cheers in the new year.

Veturinn málar þökin hvít...
Winter paints his white patina on the roofs...

...og setur umferðina stundum úr skorðu
...and sometimes plays havoc with the traffi

Horft yfir vesturbæinn til Esjunnar. Fyrir miðju er Þjóðarbókhlaðan og lengst til hægri rís Hallgrímskirkja yfir byggðinni.

A view towards Esja, a symbol of Reykjavík to many people. Centre, the red roof of the National Library and far right, Hallgrímskir church, bearing the name of the religious poet Hallgrímur Pétursson (1614-1674).

Úr Þjóðminjasafni Íslands.

In the National Museum of Iceland.

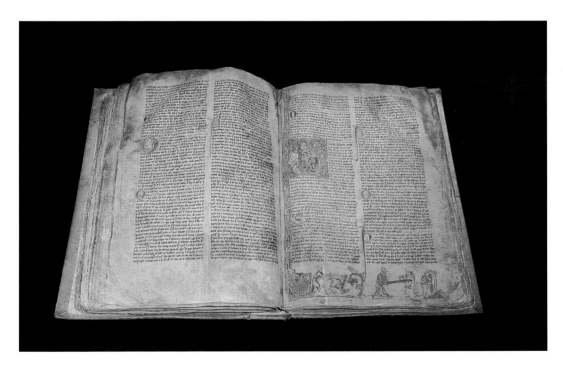

Flateyjarbók, skinnhandrit í Stofnun Árna Magnússonar.

A vellum manuscript at the Arnamagnean Institute.

Listasafn
Einars Jónssonar
myndhöggvara
(1874-1954),
Hnitbjörg, var opnað
almenningi árið 1923.

*The Gallery of the
sculptor Einar Jónsson
(1874-1954),
Hnitbjörg, was opened
to the public in 1923.*

Úr listasafni
Sigurjóns Ólafssonar
(1908-1982)
sem var opnað
árið 1988.

*In the gallery
of the sculptor
Sigurjón Ólafsson
(1908-1982),
opened in 1988.*

Frá sýningu Guðmundar Thorsteinssonar, Muggs, (1891-1924) í Listasafni Íslands. Grunnur var lagður að Listasafninu 1885 og hýsir það um 5000 verk eftir íslenska listamenn.

From an exhibition of works by Guðmundur Thorsteinsson, Muggur, (1891-1924) in the National Gallery of Iceland.
The Gallery's first acquisitions were made in 1885 and now it houses more than 5000 works by Icelandic artists.

Kría.

Arctic Tern.

Við Tjörnina á 17. júní. Fríkirkjan (t.v.) var vígð 1903. Við hlið hennar er Listasafn Íslands.
Aðsetur Æskulýðsráðs Reykjavíkur er í húsinu t.h., sem var reist 1908 og lengi talið veglegasta einbýlishúsið í Reykjavík.

By the Lake on 17. June, Independence Day. Left, the Free Lutheran Church, completed in 1903. The National Gallery is second from left. The house on the far right was once considered the most magnificent private residence in Reykjavík.

Tjörnin á tyllidegi. Ráðhús Reykjavíkur fyrir miðju.

A festive day on the Lake. Upper centre, the Reykjavík City Hall.

Gosbrunnur, fegurð og blár himinn.
Fountain, beauty and the blue sky.

Flug.
Flight.

Þegar Tjörnina leggur eru skautarnir teknir fram.

When the Lake freezes over the skates are made ready.

Vetrarkvöld í Hljómskálagarðinum og þjóðskáldið Jónas Hallgrímsson (1807-1845), snjóugur.

A winter evening in the park by the Lake; snow on the statue of the beloved poet Jónas Hallgrímsson (1807-1845).

Skautað undir kaldri vetrarsól.
Skating in midwinter's cold light.

Árleg miðsumarhátíð við Norræna húsið í Vatnsmýrinni.
The summer solstice celebrated at the Nordic House.

Æskan blómstrar í Vatnsmýrinni og flugvélar koma inn til lendingar.
Youth and flowers in a marsh near the airport; coming in for landing.

Aðflug: Reykjavík framundan.
Final approach: Reykjavík ahead.

Glímt við veturinn.

Sweeping off the mantle of winter.

Leifsstöð í Keflavík er alþjóðleg flughöfn, en Reykjavíkurflugvöllur þjónar innanlandsflugi.

Leifsstöð Air Terminal in Keflavík caters for international flights; the centre for local flights is at Reykjavík Airport.

Listflug.
Aerobatics.

Í fiskverkun.
Processing the fish.

Höfnin á lognkyrrum degi.
The harbour on a calm day.

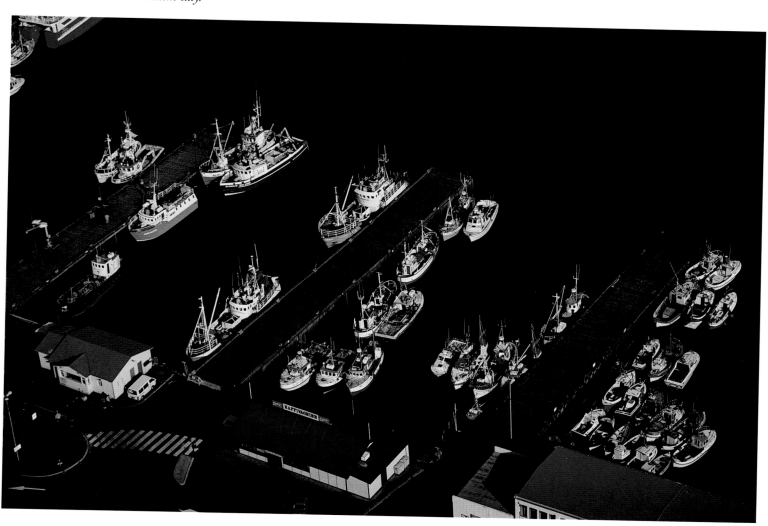

Dorgað í höfninni og veiðiskipin bundin við bryggju.
Fishing off the pier; the fishing vessels tied up.

Bátar spegla sig.
Reflections.

Horft eftir fiski í höfninni.
Looking for fish.

Veturinn laminn af skipinu og veiðarfærin gerð klár.

The coat of winter broken off the ship and the fishing gear made ready.

Fuglaskottís sendlinganna.
Sandpiper dance.

Vetrarvertíð, nótt í nánd.
The winter fishing season; nightfall.

Kaffihlé.
Time for coffee.

Vel veiðist í Faxaflóa.
Fishing on Faxa Bay near Reykjavík.

Grásleppan, vorboði sjávarins, verkuð í íslensku veðri.
Lumpfish, the sea's harbinger of spring, dries in the wind.

Sumar og seglbretti við Gróttuvita.
Summer and sailboards near the lighthouse at Grótta.

Komið til hafnar með nóttinni.
Coming into harbour with the night.

Hvíld á júlíkvöldi.
A quiet July evening.

„Sólfar" listamannsins
Jóns Gunnars Árnasonar
(1931-1989).

*"Ship of the Sun" by sculptor
Jón Gunnar Árnason
(1931-1989).*

Íslendingar og Norðmenn sigldu „Gaiu", eftirmynd víkingaskips, til Bandaríkjanna til að minna á landafundi norrænna manna.

The "Gaia", a replica of viking ship, was sailed to the United States by Icelanders and Norwegians to commemorate the discovery of America by Nordic seafarers.

Norska
skemmtiferðaskipið
„Royal Viking Sun"
siglir framhjá Viðey.

*The Norwegian liner
"Royal Viking Sun"
passes the island of
Viðey.*

Miðnætti á Jónsmessu.

*Midnight at the summer
solstice, when the sun
never sets.*

Jarðvarmi á Nesjavöllum hitar vatn sem leitt er til Reykjavíkur.

Geothermal heat at Nesjavellir is used to heat water which is then piped to Reykjavík.

Hitaveituvatn er geymt í geymum undir Perlunni.

Water from hot springs is stored in tanks below the Pearl Dome, a scenic building and restaurant.

Horft til himins inni í Perlunni.
The roof of the Pearl Dome.

Gengið inn.
The entrance.

Í veitingasal Perlunnar, með borgina fyrir augum.

The restaurant in the Pearl Dome; a panoramic view of the city.

Hamingja í hrísgrjónaregni.

A shower of rice brings happiness.

Í Austurbænum. Háteigskirkja, sem vígð var árið 1965, rís yfir reglulegum húsaröðum.

The spires of Háteigskirkja, completed in 1965, contrast with orderly residential buildings.

Í Áskirkju flytur
Kammersveit
Reykjavíkur tónlist í
skammdeginu.

The Reykjavík Chaml
Ensamble plays in
Áskirkja church in the
dark season.

Frá sýningu á verkum
Jóhannesar Kjarvals (1885-1962)
á Kjarvalsstöðum, listasafni
Reykjavíkurborgar.

At an exhibition of paintings by
Jóhannes Kjarval (1885-1962)
at Kjarvalsstaðir, the Reykjavík
Municipal Gallery.

Miklatún. Sumar! Í baksýn eru Kjarvalsstaðir.

Miklatún Park. Summer! Kjarvalsstaðir in the distance.

Leiðtogar Sovétríkjanna og Bandaríkjanna, Mikhail Gorbatsjov og Ronald Reagan, héldu tímamótafund um afvopnunarmál í Höfða 1986.

The leaders of the Soviet Union and the United States, Mikhail Gorbachev and Ronald Reagan, had decisive talks on disarmament in Höfði House in 1986.

Fyrsti samningur Eystrasaltsríkja um stjórnmálatengsl við vestrænt ríki 1991. F.v.: Davíð Oddsson, forsætisráðherra, og utanríkisráðherrarnir Jón Baldvin Hannibalsson, Algirdas Saudargas, Litháen; Janis Jürkans, Lettlandi og Lennart Meri, Eistlandi.

The Baltic states sign the first agreement on diplomatic relations with a western country in 1991. From left: Davíð Oddsson, Prime Minister of Iceland, and the foreign ministers: Jón Baldvin Hannibalsson, Iceland; Algirdas Saudargas, Lithuania; Janis Jürkans, Latvia and Lennart Meri, Estonia.

Höfði var reistur árið 1909 sem bústaður ræðismanns Frakka. Á árunum 1938 til 1951 var þar aðsetur aðalræðismanns og síðar sendiherra Breta. Reykjavíkurborg eignaðist húsið árið 1958 og er það nú móttökuhús borgarinnar.

Höfði House, built in 1909 for the French Consul General, was the residence of British diplomats in 1938-1951. It is now the official reception house of the City of Reykjavík.

Verslunarmiðstöðin Kringlan (t.h.), í nýja miðbænum, var tekin í notkun 1987. Borgarleikhúsið (t.v.) var opnað tveimur árum síðar.

The Kringlan (right), a shopping mall in the new city centre, was opened in 1987. The City Theatre (left) opened in 1989.

Jólaös í Kringlunni.
Christmas shopping in Kringlan.

Vetrarborg undir fullu tungli.
Full moon over a winter city.

Myndhöggvarinn Ásmundur Sveinsson (1893-1982) gaf Reykjavíkurborg listaverk sín og hús. Ásmundarsafn var opnað vorið 1983.

The sculptor Ásmundur Sveinsson (1893-1982) donated his works and studio to the City of Reykjavík. The gallery was opened in 1983.

Laugardalur, miðstöð íþrótta og útivistar í borginni.

Laugardalur Park, the centre for sports and outdoor activities.

Vetur í Laugardal.

Winter in Laugardalur Park.

Sundlaugarlíf á góðum degi.
Poolside life on a nice day.

Hátíð og litir æskunnar.
A festival of youth and colour

Litrík knattspyrna.
Colourful football.

Laugardalsgarður. Golf á ljósmiklum degi.
The Laugardalur Park. A brilliant day's round of golf.

Auðnutittlingur á grein og börn bera vatn í blóm.
A redpoll rests in a bush and children water the flowers.

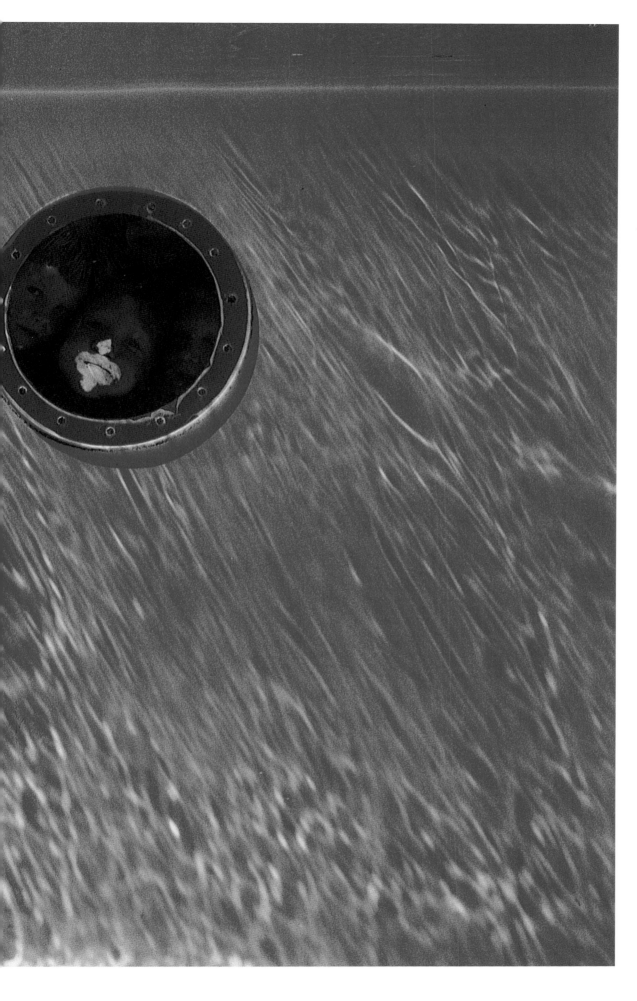

Mannlíf með augum
laxins.

A fish-eye view.

Húsdýragarðurinn var opnaður í
Laugardal árið 1990.
Landselur svipast um.

*A small zoo was opened in
Laugardalur Park in 1990.
A seal looks around.*

Maður kemur hreindýrskálfi í móður stað.
A reindeer calf mothered by man.

Endur á skyggðum polli.
Ducks on a dark pond.

Árbæjarhverfið norðan Elliðaánna var að mestu byggt á síðari hluta sjöunda áratugarins.
Árbæjarhverfi, a suburb from the late sixties.

Syðri hluti Seljahverfis í Breiðholti var byggður undir lok níunda áratugarins.
Seljahverfi, a suburb from the late eighties.

Byggð í Ártúnsholtinu.

A new residential area in Ártúnsholt, in the east.

Byggt fyrir framtíðina.
Building for the future.

Undarlegt er þetta líf...
Looking out in wonder...

Gamla árið brennur út.
The old year burns out.

Bjarmi eldsins lýsir upp andlit sem bíða eftir nýju ári.
The flames light up faces waiting for the New Year.

Ekið um gamla tímann í Árbæjarsafni á Ford-T, árgerð 1917. Gömul hús hafa verið flutt þangað og önnur endurbyggð.

A drive through the past in a 1917 Ford Model T. The Árbær Reykjavík Museum has many old buildings which have been renovated or reconstructed.

Rökkur í smiðjunni, en birtugulur dagur kringum bæjarhúsin í Árbæ sem reist voru á árunum 1880-1920. Byggðasafnið í Árbæ var stofnað 1957.

Gloom in the smithy but a golden afternoon outside at Árbær farm, built of wood, stone and turf in 1880-1920. The Árbær Reykjavík Museum was founded in 1957.

Bros í grasinu.

Smiling in the grass.

Stundarfriður frá mönnum.
A pause for paws.

Með sumarið í hendi sér.
With summer in hand.

Í Þerney hugar aldinn að æðarungum...

Eiderducklings find shelter in aged hands...

...og ungur skoðar bláma lúpínanna í Heiðmörk.
...and the blooming lupines in Heiðmörk natural preserve attract youth.

Leikur við Elliðaárnar.

Playing by the Elliðaár river.

Lax veiddur í borginni.

The Elliðaár river offers good salmon fishing inside the city limits.

Elliðaárnar. Dagurinn rennur til sjávar.

The Elliðaár river; the day flows to the sea.

Viðeyjarstofa var reist á árunum 1753-1755. Þar bjó „faðir Reykjavíkur", Skúli Magnússon landfógeti. Kirkjan var vígð 1774. Bak við húsin hafa fundist minjar um miðaldaklaustur.

Viðey Hall, built in 1753-1755, was the residence of Skúli Magnússon, "Father of Reykjavík." The church was completed in 1774. The remains of a medieval monastery have been found behind the buildings.

Kvöld í Viðey. Horft til Reykjavíkur.
An evening in Viðey; a view towards Reykjavík.

Bessastaðir, aðsetur forseta Íslands. Forsetabústaðurinn var reistur á árunum 1761-1766, en síðar hafa allmiklar breytingar verið gerðar á honum og bætt við húsakostinn. Kirkjan var byggð á árunum 1777-1823.

Bessastaðir, the official residence of the President of Iceland. The main building was constructed in 1761-1766 and has since been extensively rebuilt. The church dates from 1777-1823.

Lífsgleði í gulu grasi haustsins.
Joy of life in autumn's fallow grass.

Óhamin tign.

Unbridled grace.

Hestar á frostköldum degi og
Bessastaðir í baksýn.

*Ponies on a frosty day; Bessastaðir in
the distance.*

Haust, og sólin teiknar bíl í grasið.

Autumn; the sun draws the shadow of a car on the grass.

Júnínótt.

A night in midsummer.

Kyrrð í kvöldsól.
Evening reverie.